Impressum
Verlag: BABADADA GmbH, Nedderfeld 112 , 22529 Hamburg
Geschäftsführer / Verlagsleitung: Harald Hof
Druck: Books on Demand GmbH, In de Tarpen 42, 22848 Norderstedt

Imprint
Publisher: BABADADA GmbH, Nedderfeld 112 , 22529 Hamburg, Germany
Managing Director / Publishing direction: Harald Hof
Print: Books on Demand GmbH, In de Tarpen 42, 22848 Norderstedt

shule
école

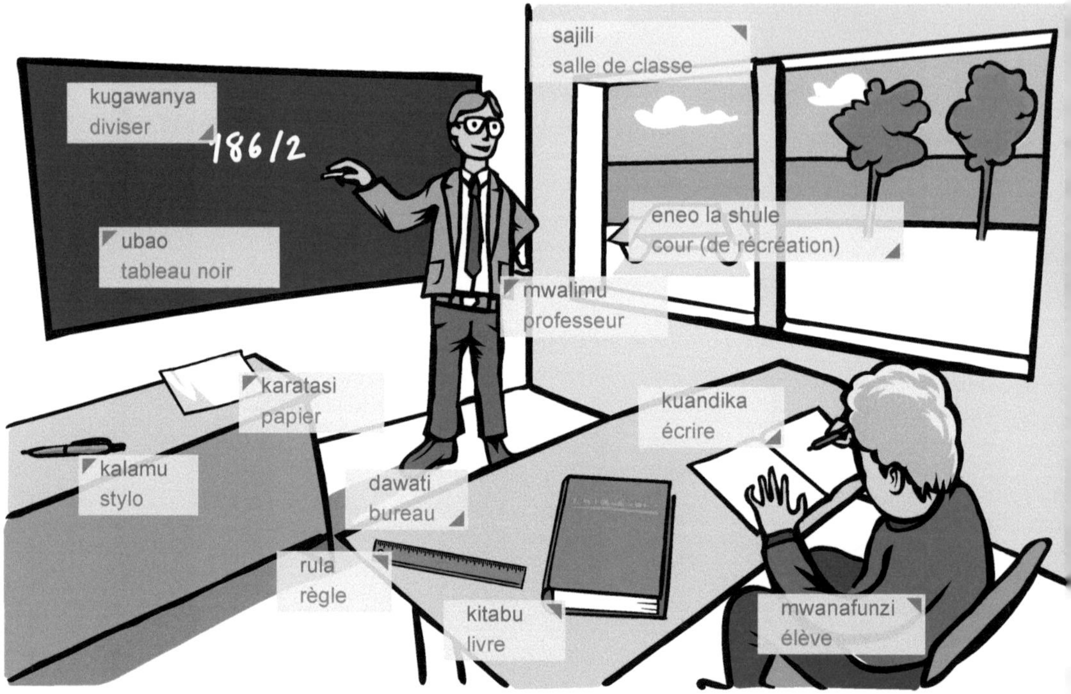

sajili
salle de classe
kugawanya
diviser
186/2
ubao
tableau noir
eneo la shule
cour (de récréation)
mwalimu
professeur
karatasi
papier
kuandika
écrire
kalamu
stylo
dawati
bureau
rula
règle
kitabu
livre
mwanafunzi
élève

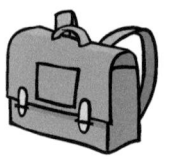

mkoba

cartable

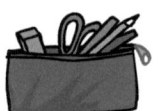

kikasha cha penseli

trousse

penseli

crayon

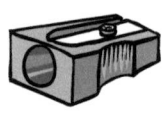

kichonga penseli

taille-crayon

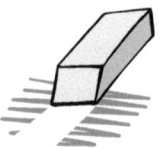

mpira

gomme

pedi ya kuchora

carnet à dessin

uchoraji
....
dessin

brashi ya rangi
....
pinceau

sanduku la rangi
....
boîte de peinture

mkasi
....
ciseaux

gundi
....
colle

daftari
....
cahier d'exercices

kazi ya nyumbani
....
devoirs

nambari
....
chiffre

jumlisha
....
additionner

ondoa
....
soustraire

zidisha
....
multiplier

kokotoa
....
calculer

barua
....
lettre

alfabeti
....
alphabet

hello

neno
....
mot

maandishi

texte

kusoma

lire

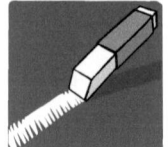

chaki

craie

somo

leçon

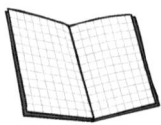

sajili

livre de classe

uchunguzi

examen

cheti

certificat

sare za shule

uniforme scolaire

elimu

formation

elezo

lexique

chuo kikuu

université

darubini

microscope

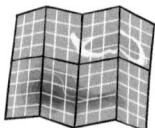

ramani

carte

kikapu cha kuweka karatasi
chafu

corbeille à papier

usafiri

voyage

hoteli
hôtel
Grand
hosteli
auberge
ROOMS
ofisi ya ubadilishanaji
bureau de change
EXCHANGE
sanduku
valise
gari
voiture

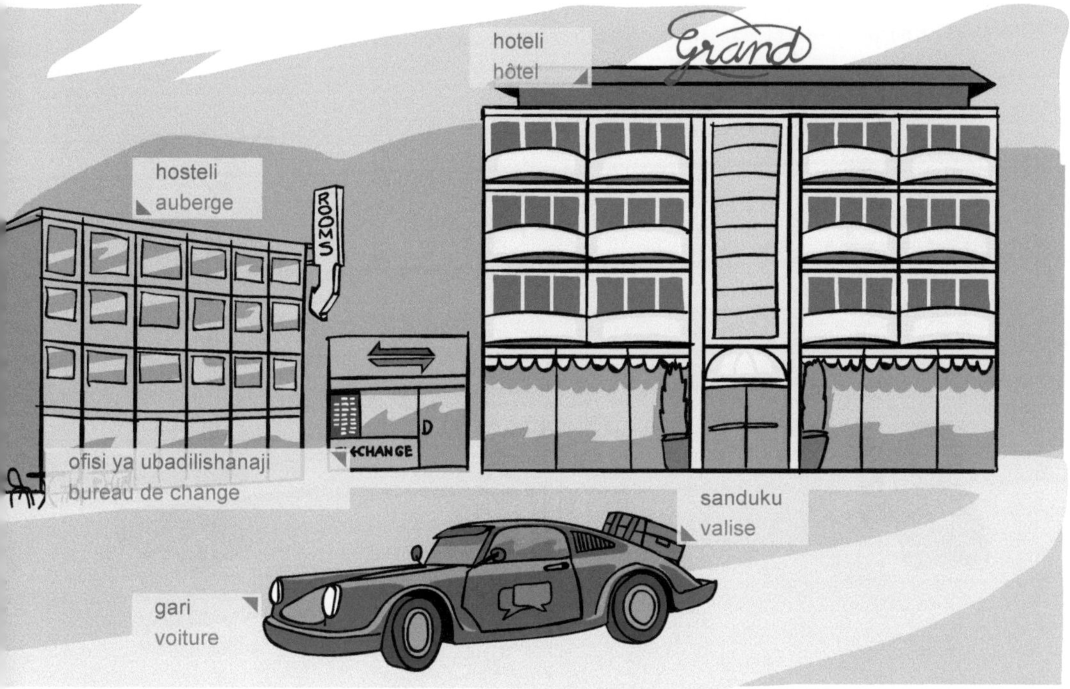

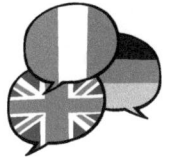

lugha

langue

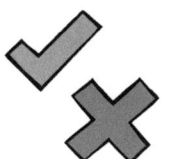

ndiyo / la

oui / non

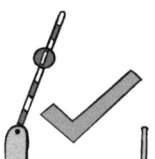

sawa

d'accord

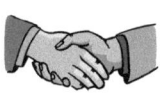

hujambo

Salut

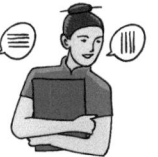

mtafsiri

interprète

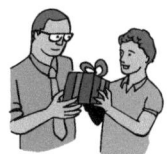

Asante

merci

kiasi gani ni ...?

Combien coûte...?

Sielewi

Je ne comprends pas

tatizo

problème

Jioni njema!

Bonsoir !

Habari za asubuhi!

Bonjour !

Usiku mwema!

Bonne nuit !

kwa heri

Au revoir

mwelekeo

direction

mizigo

bagages

mfuko

sac

shanta

sac-à-dos

mgeni

hôte

chumba

pièce

begi la kulalia

sac de couchage

hema

tente

taarifa ya utalii

office de tourisme

ufuo

plage

kadi

carte de crédit

kifunguakinywa

petit-déjeuner

chakula cha mchana

déjeuner

chakula cha jioni

dîner

tiketi

billet

kuinua

ascenseur

muhuri

timbre

mpaka

frontière

mila

douane

ubalozi

ambassade

visa

visa

pasipoti

passeport

usafiri

transport

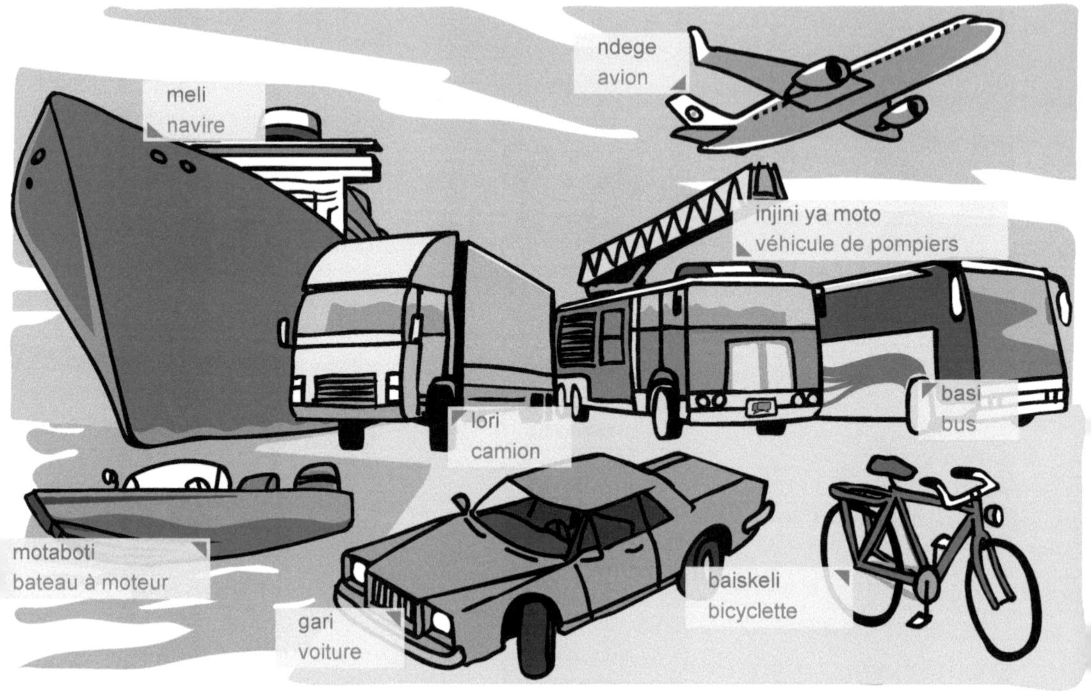

ndege
avion
meli
navire
injini ya moto
véhicule de pompiers
basi
bus
lori
camion
motaboti
bateau à moteur
baiskeli
bicyclette
gari
voiture

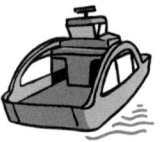

feri

ferry

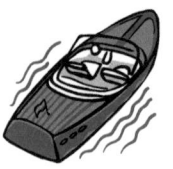

mashua

barque

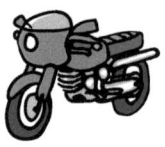

pikipiki

moto

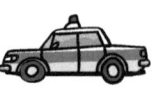

gari la polisi

voiture de police

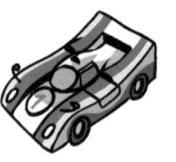

gari la mashindano

voiture de course

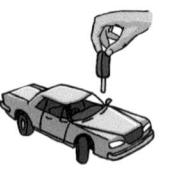

gari la kukodisha

voiture de location

kushiriki gari

auto-partage

lori la kuvuta

voiture de remorquage

ukusanyaji taka

benne à ordures

motor

moteur

mafuta

essence

kituo cha mafuta

station d'essence

ishara trafiki

panneau indicateur

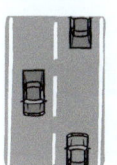

trafiki

trafic

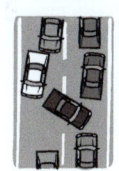

msongamano

embouteillage

maegesho

parking

kituo cha treni

gare

reli

rails

garimoshi

train

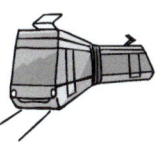

tremu

tramway

gari la mizigo

wagon

helikopta

hélicoptère

uwanja wa ndege

aéroport

mnara

tour

abiria

passager

chombo

conteneur

katoni

carton

mkokoteni

chariot

kikapu

corbeille

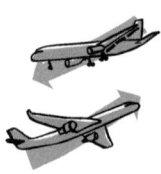

ondoka

décoller / atterrir

jiji

ville

kijiji

village

katikati ya jiji

centre-ville

nyumba

maison

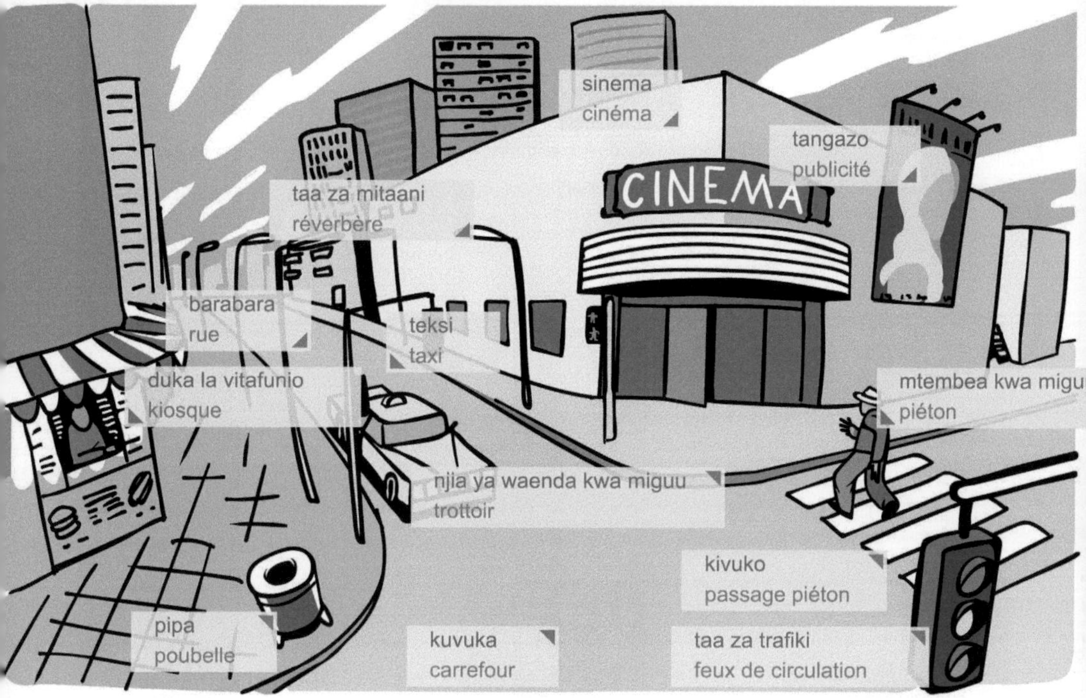
sinema
cinéma
tangazo
publicité
CINEMA
taa za mitaani
réverbère
barabara
rue
teksi
taxi
duka la vitafunio
kiosque
mtembea kwa migu
piéton
njia ya waenda kwa miguu
trottoir
kivuko
passage piéton
pipa
poubelle
kuvuka
carrefour
taa za trafiki
feux de circulation

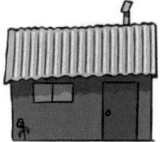

kibanda

cabane

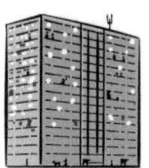

gorofa

appartement

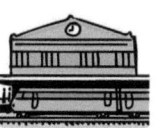

kituo cha treni

gare

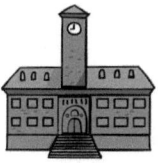

ukumbi wa mji

mairie

MUSEUM

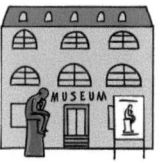

Makavazi

musée

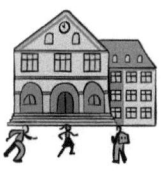

shule

école

chuo kikuu

université

benki

banque

hospitali

hôpital

hoteli

hôtel

duka la dawa

pharmacie

ofisi

bureau

duka la kitabu

librairie

duka

magasin

duka la maua

fleuriste

dukakuu

supermarché

soko

marché

idara ya kuhifadhi

grand magasin

mwuza samaki

poissonnerie

kituo cha ununuzi

centre commercial

bandari

port

Hifadhi
parc

benki
banque

daraja
pont

vidato
escaliers

chini ya ardhi
métro

handaki
tunnel

kituo cha mabasi
arrêt de bus

bar
bar

mgahawa
restaurant

sanduku la posta
boîte à lettres

ishara ya barabara
panneau indicateur

mita ya maegesho
parcmètre

bustani ya wanyama
zoo

kidimbwi cha kuogelea
piscine

msikiti
mosquée

shamba

ferme

uchafuzi

pollution

makaburini

cimetière

kanisa

église

uwanja wa michezo

aire de jeux

hekalu

temple

mazingira

paysage

jani
feuille

ishara ya mwelekeo
panneau indicateur

njia
chemin

malisho
pré

jiwe
pierre

mtembeaji wa masafa
randonneur

mti
arbre

mto
rivière

nyasi
herbe

ua
fleur

bonde
vallée

kilima
montagne

ziwa
lac

msitu
forêt

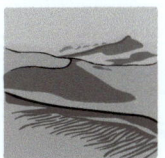

jangwa
désert

volkano
volcan

ngome
château

upinde wa mvua
arc-en-ciel

uyoga
champignon

mtende
palmier

mbu
moustique

kuruka
mouche

chungu
fourmis

nyuki
abeille

buibui
araignée

mende

coléoptère

chura

grenouille

kuchakuro

écureuil

nungunungu

hérisson

sungura

lièvre

bundi

chouette

ndege

oiseau

swan

cygne

nguruwe mwitu

sanglier

kulungu

cerf

aina ya kongoni

élan

bwawa

barrage

tabo ya upepo

éolienne

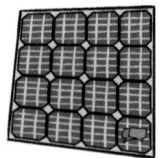

nishaji ya jua

panneau solaire

hali ya hewa

climat

mgahawa
restaurant

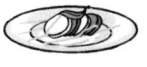

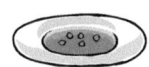

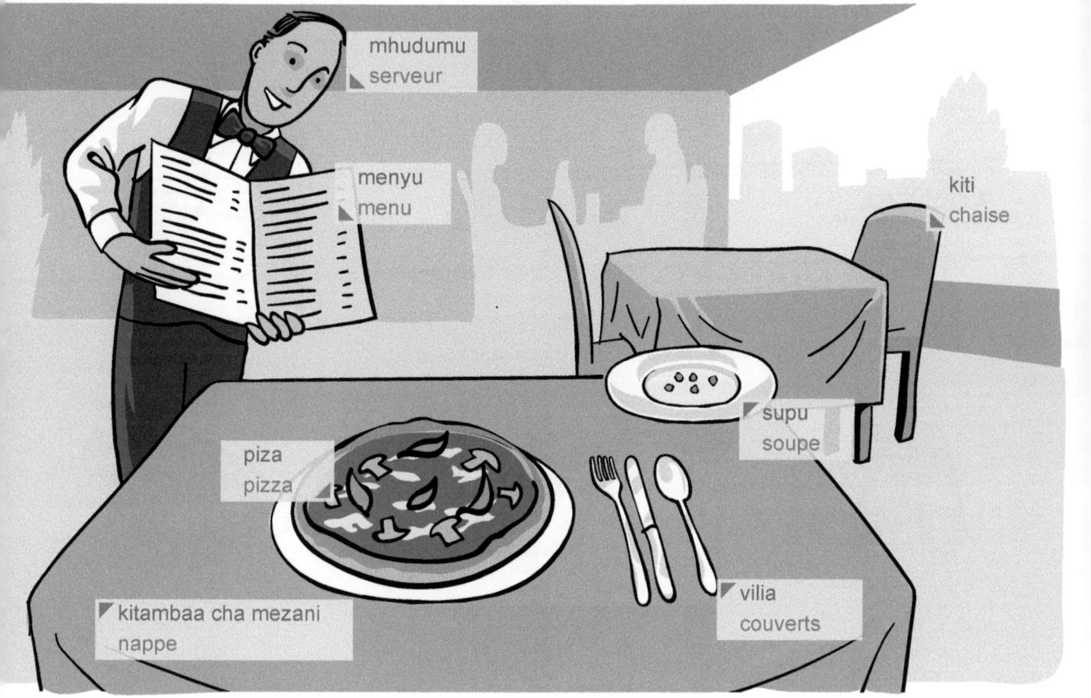

mhudumu
serveur
menyu
menu
kiti
chaise
supu
soupe
piza
pizza
vilia
couverts
kitambaa cha mezani
nappe

kiamsha hamu

hors d'œuvre

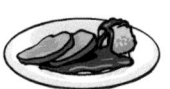

kozi kuu

plat principal

kitindamlo

dessert

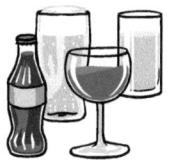

vinywaji

boissons

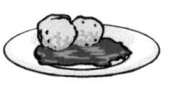

chakula

alimentation

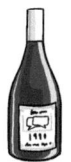

chupa

bouteille

chakula cha haraka

fast-food

Streetfood

plats à emporter

buli

théière

kisanduku cha sukari

sucrier

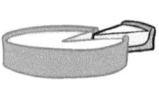

sehemu

portion

mashine ya espresso

machine à expresso

kiti kirefu

chaise haute

muswada

facture

trei

plateau

kisu

couteau

uma

fourchette

kijiko

cuillère

kijiko cha chai

cuillère à thé

nepi

serviette

glasi

verre

sahani

assiette

sahani ya supu

assiette à soupe

sufuria

soucoupe

mchuzi

sauce

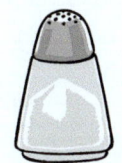

kichanyaji chumvi

salière

kinu cha pilipili

moulin à poivre

siki

vinaigre

mafuta

huile

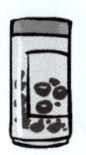

viungo

épices

kechapu

ketchup

haradali

moutarde

kachumbari nzito

mayonnaise

dukakuu

supermarché

ofa maalum
offre promotionnelle
mteja
client
FOR
maziwa
produits laitiers
matunda
fruits
toroli
chariot

BUTCHERS

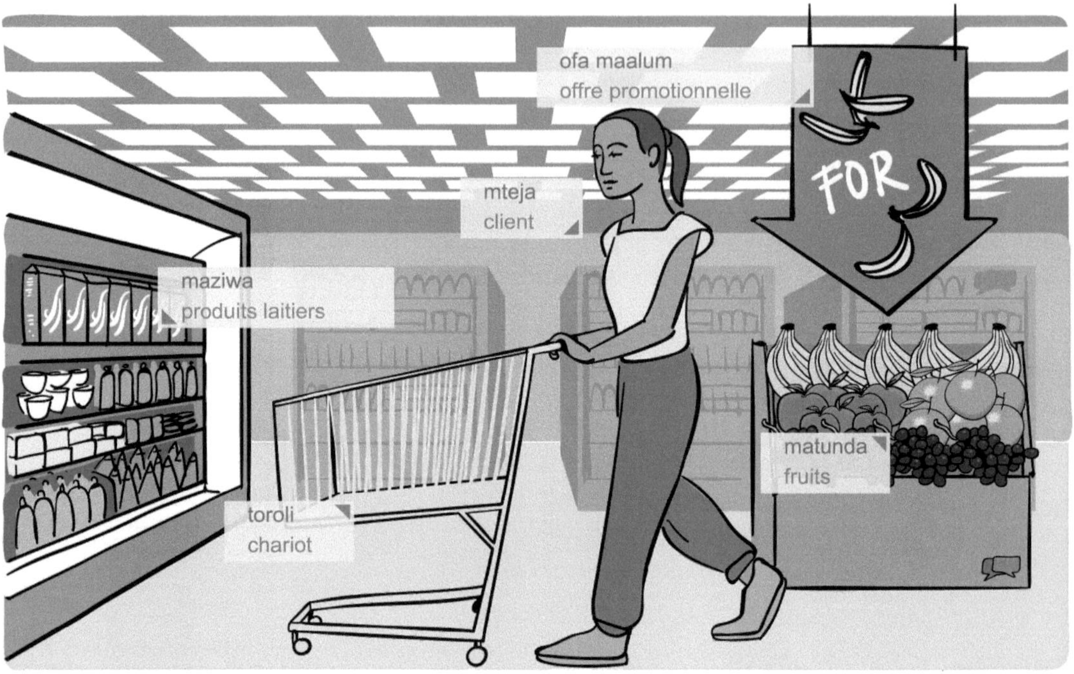

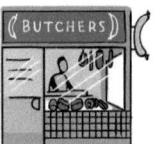

mchinjaji

boucherie

BAKERY

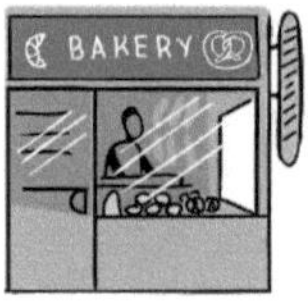

mwokaji

boulangerie

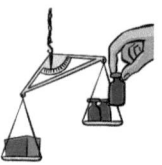

uzito

peser

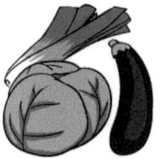

mboga

légumes

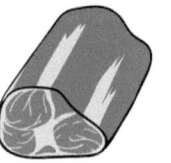

nyama

viande

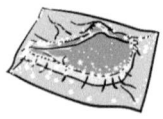

chakula waliohifadhiwa

aliments surgelés

vipande vya nyama baridi

charcuterie

chakula cha kopo

conserves

sabuni ya unga

poudre à lessive

pipi

bonbons

bidhaa za kaya

articles ménagers

bidhaa za kusafisha

détergents

mtu mauzo

vendeuse

mpaka

caisse

keshia

caissier

orodha ya manunuzi

liste d'achats

masaa ya ufunguzi

heures d'ouverture

mkoba

portefeuille

kadi

carte de crédit

mfuko

sac

mfuko wa plastiki

sac en plastique

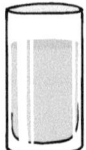

maji

eau

sharubati

jus de fruit

maziwa

lait

coke

coca

mvinyo

vin

bia

bière

pombe

alcool

kakao

chocolat chaud

chai

thé

kahawa

café

spreso

expresso

kapuchino

cappuccino

ndizi

banane

tufaha

pomme

machungwa

orange

tikiti

melon

lemon

citron

karoti

carotte

kitunguu saumu

ail

mianzi

bambou

kitunguu

oignon

uyoga

champignon

karanga

noisettes

nudo

pâtes

spageti
....
spaghetti

mpunga
....
riz

saladi
....
salade

vibanzi
....
pommes frites

viazi vya kukaanga
....
pommes de terre rôties

piza
....
pizza

hambaga
....
hamburger

sandwichi
....
sandwich

kipande
....
escalope

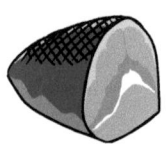

paja la mnyama
....
jambon

salami
....
salami

soseji
....
saucisse

kuku
....
poulet

choma
....
rôti

samaki
....
poisson

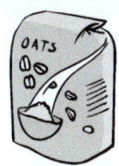

oats ya uji

flocons d'avoine

muesli

muesli

cornflakes

cornflakes

unga

farine

kroisanti

croissant

andazi

petits-pains

mkate

pain

mkate wa kubanika

pain grillé

biskuti

biscuits

siagi

beurre

maziwa mgando

le fromage blanc

keki

gâteau

yai

œuf

yai kukaanga

œuf au plat

jibini

fromage

aiskrimu

glace

sukari

sucre

asali

miel

jemu

confiture

kuenea kwa chokoleti

crème nougat

mchuzi wa viungo

curry

shamba

ferme

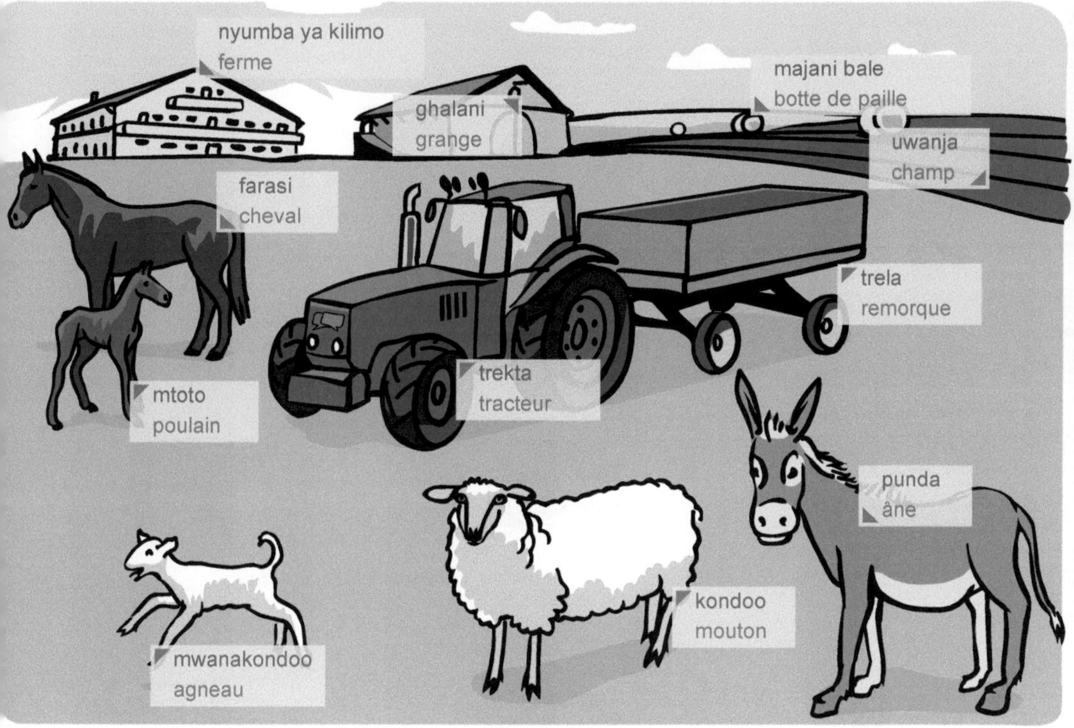

nyumba ya kilimo
ferme
ghalani
grange
majani bale
botte de paille
uwanja
champ
farasi
cheval
trela
remorque
mtoto
poulain
trekta
tracteur
punda
âne
kondoo
mouton
mwanakondoo
agneau

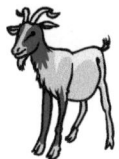

mbuzi

chèvre

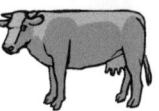

ng'ombe

vache

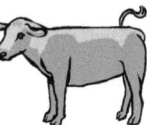

ndama

veau

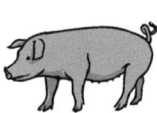

nguruwe

porc

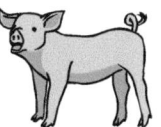

mwananguruwe

porcelet

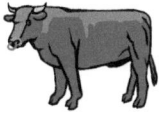

fahali

taureau

batabukini

oie

bata

canard

kifaranga

poussin

kuku

poule

jogoo

coq

panya

rat

paka

chat

panya

souris

ng'ombe

bœuf

mbwa

chien

nyumba ya mbwa

chenil

bomba la bustani

tuyau de jardin

debe la kumwagilia maji

arrosoir

fyekeo

faucheuse

kulima

charrue

shamba - ferme

mundu

faucille

jembe

pioche

uma wa nyasi

fourche

shoka

hache

toroli

brouette

kupitia nyimbo

cuve

chombo cha maziwa

pot à lait

gunia

sac

ua

clôture

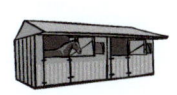

imara

étable

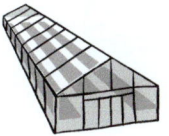

chafu

serre

udongo

sol

mbegu

semences

mbolea

engrais

kivunaji

moissonneuse-batteuse

mavuno
récolter

mavuno
récolte

viazi vikuu
igname

ngano
blé

soya
soja

viazi
pomme de terre

mahindi
maïs

rapa
colza

mti wa matunda
arbre fruitier

muhogo
manioc

nafaka
céréales

nyumba
maison

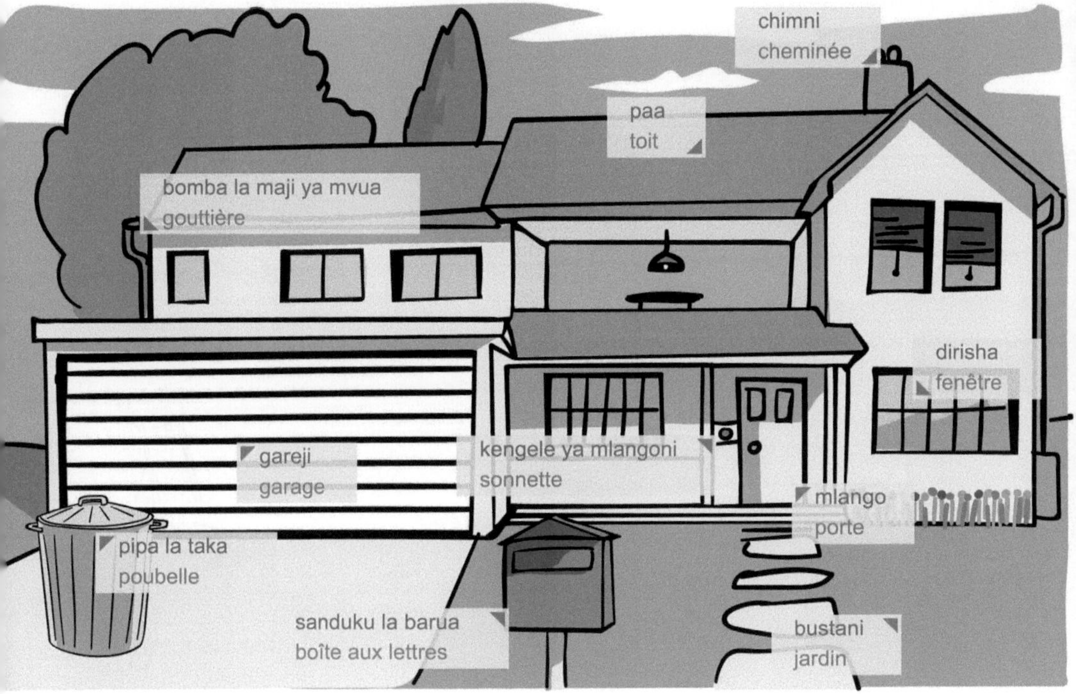
chimni
cheminée
paa
toit
bomba la maji ya mvua
gouttière
dirisha
fenêtre
gareji
garage
kengele ya mlangoni
sonnette
mlango
porte
pipa la taka
poubelle
sanduku la barua
boîte aux lettres
bustani
jardin

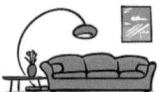

sebuleni

salon

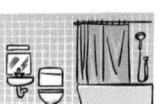

bafu

salle de bain

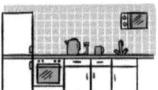

jikoni

cuisine

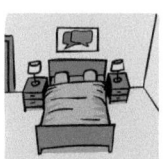

chumba cha kulala

chambre à coucher

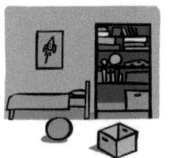

chumba ya mtoto

chambre d'enfant

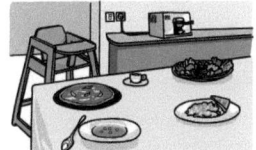

chumba cha kulia

salle à manger

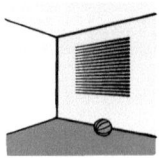

sakafu

sol

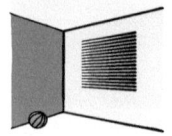

ukuta

mur

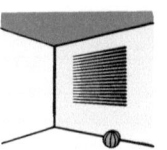

dari

plafond

pishi

cave

sauna

sauna

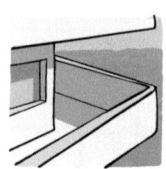

roshani

balcon

mtaro

terrasse

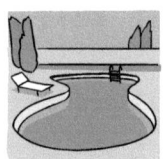

kidimbwi

piscine

mashine ya kukata nyasi

tondeuse à gazon

karatasi

housse

kitambaa cha kupamba
kitanda

couette

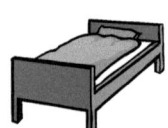

kitanda

lit

ufagio

balai

ndoo

sceau

kubadili

interrupteur

sebuleni

salon

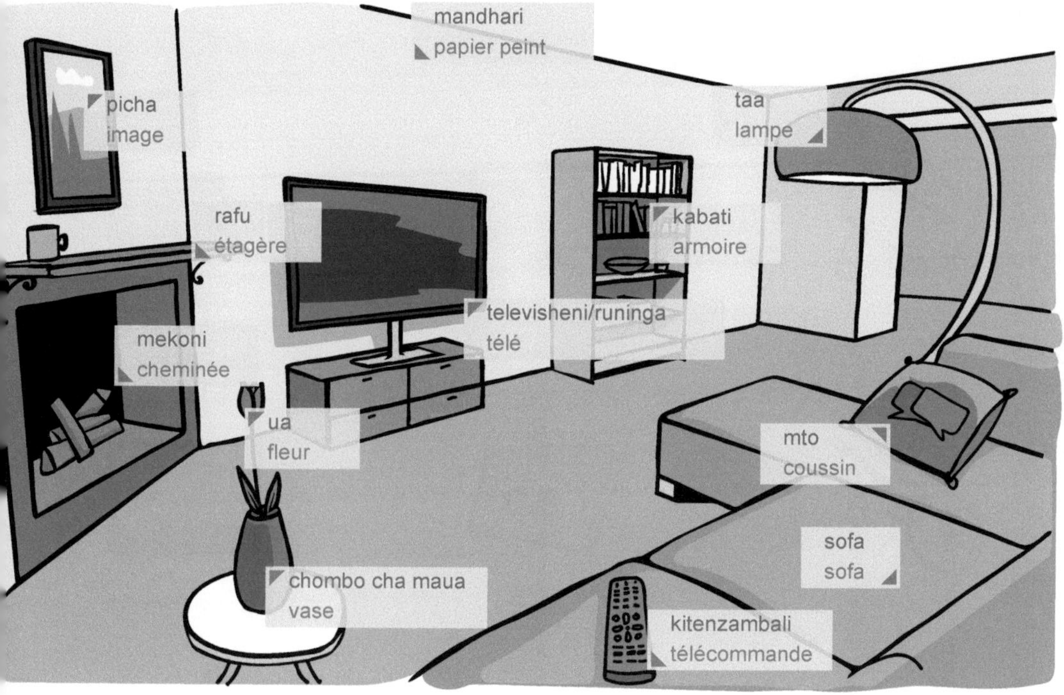
mandhari
papier peint
picha
image
taa
lampe
rafu
étagère
kabati
armoire
televisheni/runinga
télé
mekoni
cheminée
ua
fleur
mto
coussin
sofa
sofa
chombo cha maua
vase
kitenzambali
télécommande

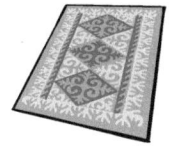

zulia

tapis

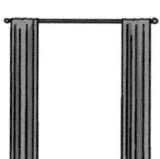

pazia

rideau

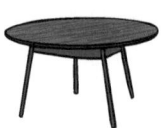

meza

table

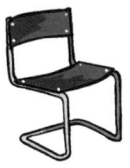

kiti

chaise

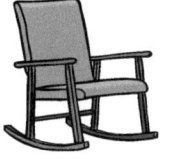

kiti cha bembea

chaise à bascule

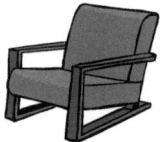

armchair

fauteuil

kitabu

livre

blanketi

couverture

mapambo

décoration

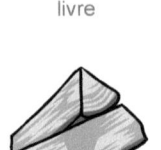

kuni

bois de chauffage

filamu

film

kifaa cha hi-fi

chaîne hi-fi

ufunguo

clé

gazeti

journal

uchoraji

peinture

bango

poster

redio

radio

daftari

bloc-notes

kifyonza

aspirateur

dungusi kakati

cactus

mshumaa

bougie

jikoni
cuisine

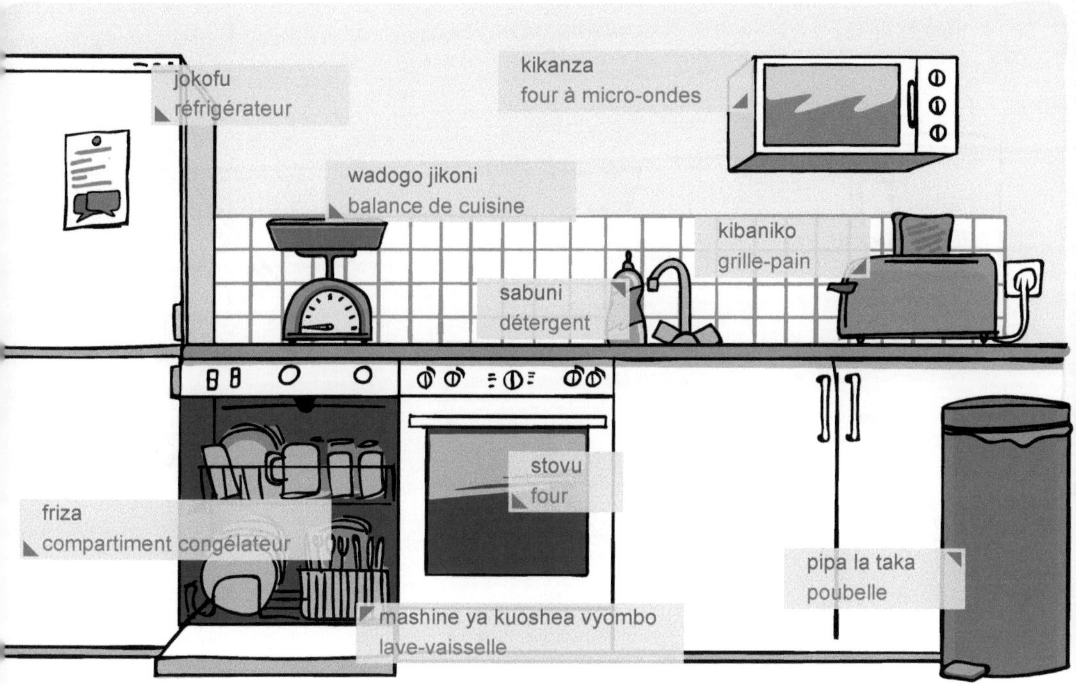
jokofu
réfrigérateur
kikanza
four à micro-ondes
wadogo jikoni
balance de cuisine
kibaniko
grille-pain
sabuni
détergent
stovu
four
friza
compartiment congélateur
pipa la taka
poubelle
mashine ya kuoshea vyombo
lave-vaisselle

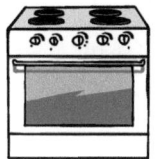

jiko la kupika
four

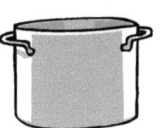

chungu
casserole

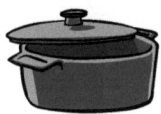

sufuria ya chuma
marmite

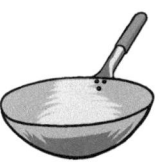

wok / kadai
wok / kadai

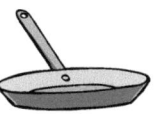

kaango
poêle

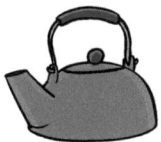

birika
bouilloire electrique

stima

cuiseur vapeur

sinia ya kuoka

plaque de cuisson

vyombo vya udongo

vaisselle

kombe

gobelet

bakuli

coupe

vijiti vya kulia

baguettes

ukawa

louche

mwiko mpana

spatule

burashi

fouet

kichujio

passoire

chujio

tamis

mbuzi

râpe

chokaa

mortier

barbeque

barbecue

moto wazi

cheminée

ubao wa majaribio

planche à découper

kijiti cha kusukuma unga

rouleau à pâtisserie

kizibuo

tire-bouchon

kopo

boîte

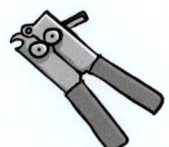

inaweza kopo

ouvre-boîte

kishikio cha chungu

maniques

karo

lavabo

brashi

brosse

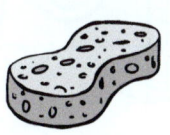

sifongo

éponge

kisagaji matunda

mixeur

friji ya kina

congélateur

chupa ya mtoto

biberon

bomba

robinet

bafu

salle de bain

joto
chauffage

mfereji wa kuogea
douche

taulo
serviette

pazia la kuogea
rideau de douche

maji ya kuoga yenye povu
bain moussant

hodhi
baignoire

glasi
verre

mashine ya kuosha
machine à laver

bomba
robinet

vigae
carrelage

poti
pot

karo
lavabo

choo

toilettes

choo cha squat

toilette à la turque

beseni la mviringo

bidet

choo cha umma

urinoir

shashi

papier toilette

brashi ya choo

brosse à toilette

mswaki

brosse à dents

dawa ya meno

dentifrice

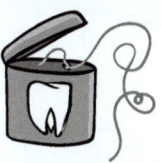

dawa ya meno

fil dentaire

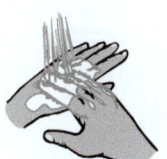

safisha

laver

kuoga mkono

douche manuelle

msukumo wa maji

douche intime

bonde

vasque

mpako wa pili

brosse dorsale

sabuni

savon

jeli ya kuogea

gel douche

shampuu

shampooing

flana

gant de toilette

toa maji

écoulement

krimu

crème

kiondoa harufu

déodorant

kioo

miroir

kioo mkono

miroir cosmétique

kinyozi

rasoir

povu la kunyoa

mousse à raser

baada ya kunyoa

après-rasage

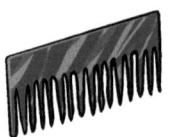

kichana

peigne

brashi

brosse

kikausha nywele

sèche-cheveux

marashi ya nyewele

laque pour cheveux

vipodozi

fond de teint

kidomwa

rouge à lèvres

varnish ya msumari

vernis à ongles

pamba

ouate

mkasi wa kucha

coupe-ongles

manukato

parfum

mkoba wa kuosha

trousse de toilette

kinyesi

tabouret

mizani

pèse-personne

nguo ya kuoga

peignoir

glavu za mpira

gants de nettoyage

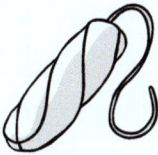

kisodo

tampon

sodo

serviettes hygiéniques

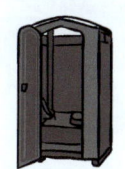

kemikali choo

toilette chimique

chumba ya mtoto
chambre d'enfant

saa ya kengele
réveil
kidoli cha kupakata
doudou
gari bandia
voiture jouet
kelele
hochet
chumba cha midoli
maison de poupée
sasa
cadeau

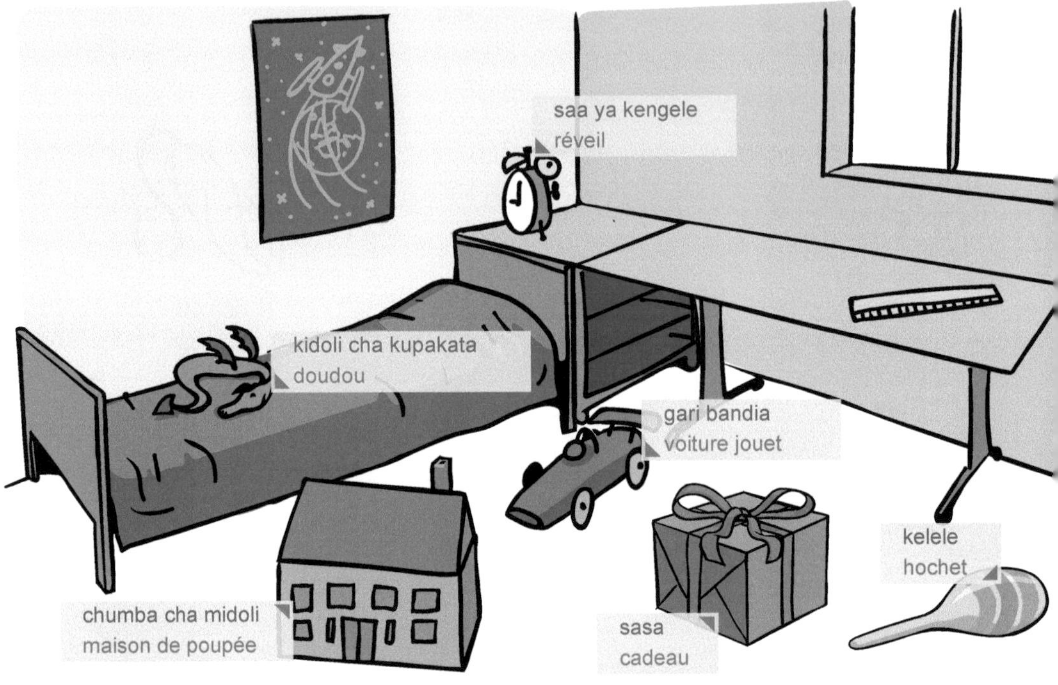

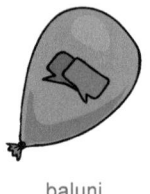

baluni

ballon

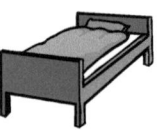

kitanda

lit

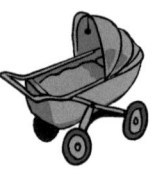

mashua

poussette

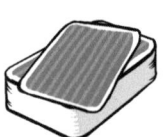

staha ya kadi

jeu de cartes

mchezo-fumb

puzzle

SUPER
MEGA

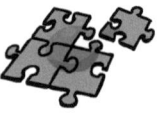

vichekesho

bande dessinée

matofali lego

pièces lego

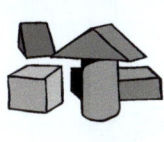

vitalu mwigo

blocs de construction

hatua takwimu

figurine

suti ya kulalia

grenouillère

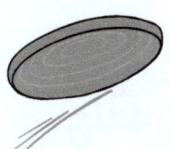

kisahani

frisbee

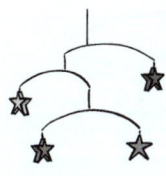

simu

mobile

ubao wa michezo

jeu de société

kete

dé

garimoshi mwigo

train miniature

dummy

sucette

chama

fête

picha kitabu

livre d'images

mpira

balle

kikaragosi

poupée

kucheza

jouer

shimo la mchanga

bac à sable

bembea

balançoire

vitu bandia

jouets

kiweko cha video ya
mchezo

console de jeu

baiskeli ya magurudumu

tricycle

matatu

mwanasesere

ours en peluche

kabati

armoire

nguo

vêtements

soksi

chaussettes

stokingi

bas

kibano

collant

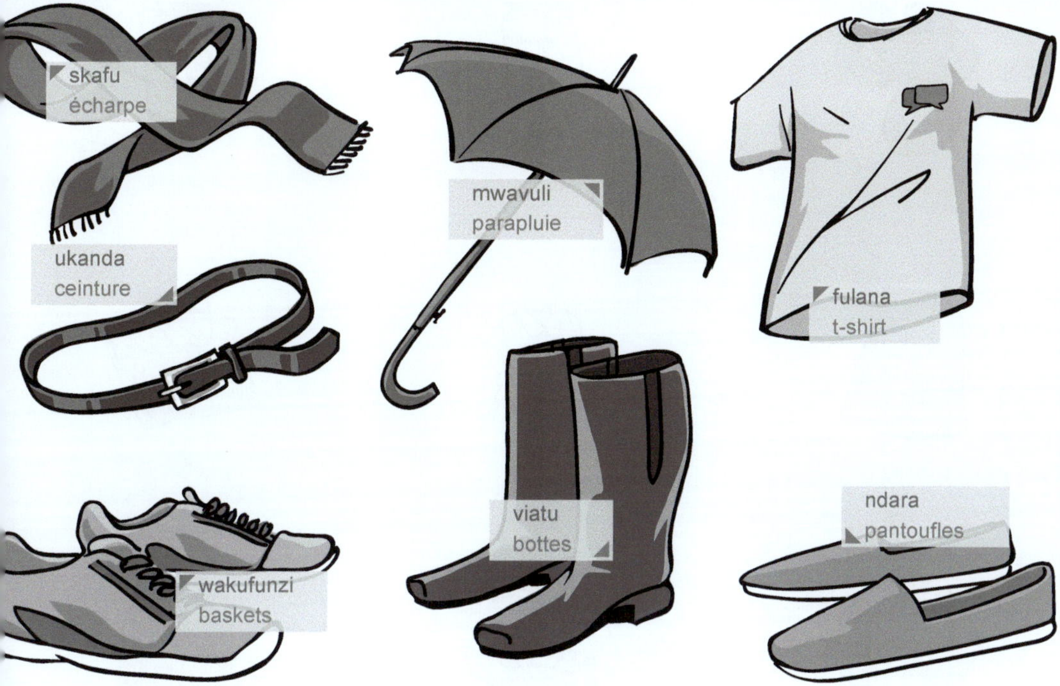

skafu
écharpe

mwavuli
parapluie

ukanda
ceinture

fulana
t-shirt

viatu
bottes

ndara
pantoufles

wakufunzi
baskets

malapa
....
sandales

viatu
....
chaussures

mabuti ya mpira
....
bottes de caoutchouc

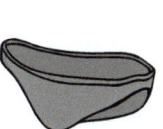
suruali ya ndani
....
sous-vêtements

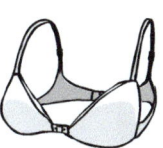
sidiria
....
soutien-gorge

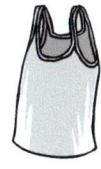
fulana
....
maillot de corps

mwili

body

suruali

pantalon

dangirizi

jean

sketi

jupe

blauzi

chemisier

shati

chemise

vuta

pull

sweta

sweat à capuche

bleza

veste

jaketi

veste

koti

manteau

koti la mvua

imperméable

maleba

costume

gauni

robe

mavazi ya harusi

robe de mariée

suti

costume

vazi la usiku

chemise de nuit

pajama

pyjama

sari

sari

skafu

foulard

kilemba

turban

burka

burqa

kaftan

caftan

abaya

abaya

vazi la kuogelea

maillot de bain

vazi la kiume la kuogelea

maillot de bain

kaptura

short

teitei

tenue d'entraînement

aproni

tablier

glavu

gants

kifungo

bouton

glasi

lunettes

bangili

bracelet

mkufu

collier

pete

bague

herini

boucle d'oreille

kofia

bonnet

kiango cha koti

cintre

kofia

chapeau

tai

cravate

zipu

fermeture éclair

kofia

casque

kanda za suruali

bretelles

sare za shule

uniforme scolaire

sare

uniforme

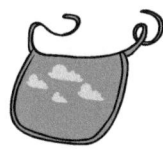

bibu

bavoir

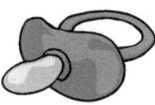

dummy

sucette

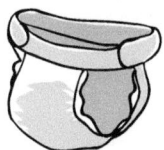

nepi

lange

ofisi

bureau

seva
serveur
kabati la kuweka faili
armoire d'archivage
karatasi
papier
kichapishaji
imprimante
kiwambo
écran
dawati
bureau
kipanya
souris
folda
classeur
kibodi
clavier
cha kuweka karatasi chafu
le à papier
kompyuta
ordinateur
kiti
chaise

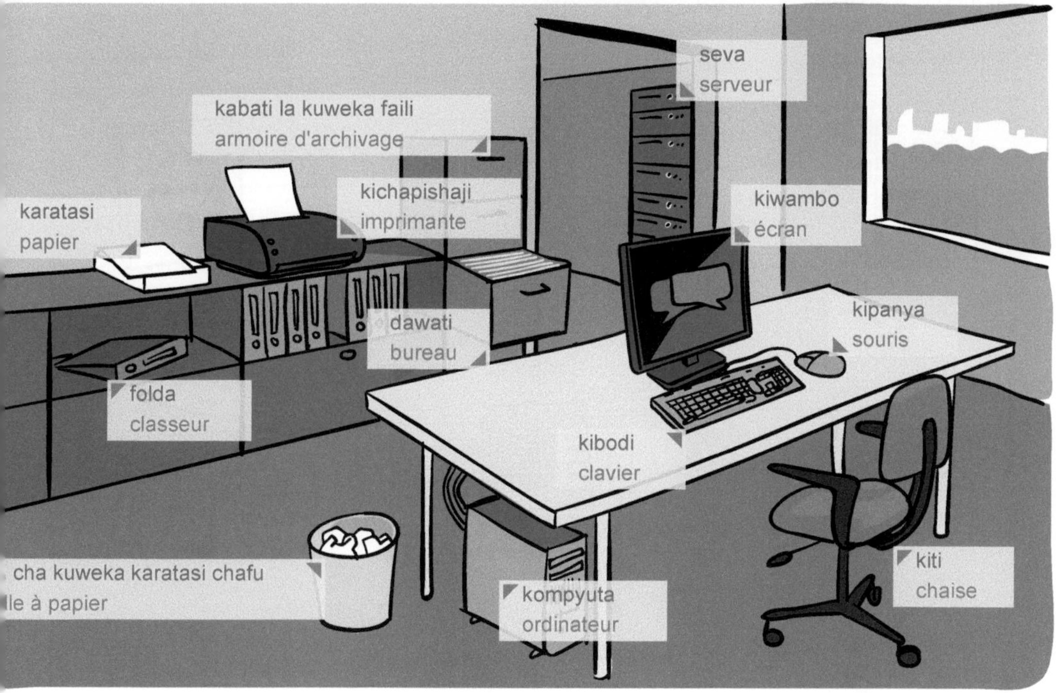

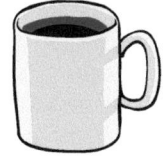

kmobe la kahawa

tasse de café

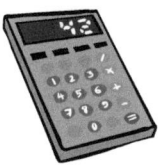

kikokotoo

calculatrice

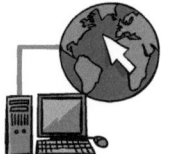

biashara

internet

mbali

ordinateur portable

barua

lettre

ujumbe

message

rununu

portable

intaneti

réseau

fotokopia

photocopieuse

programu

logiciel

simu

téléphone

soketi

prise

kipepesi

fax

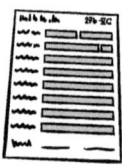

fomu

formulaire

hati

document

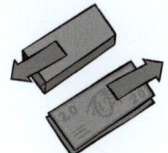

kununua
....
acheter

kulipa
....
payer

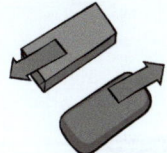

biashara
....
faire du commerce

fedha
....
monnaie

dola
....
dollar

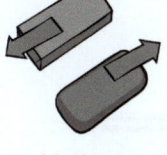

yuro
....
euro

yeni
....
yen

rouble
....
rouble

faranga ya Uswisi
....
franc suisse

renminbi yuan
....
renminbi yuan

rupia
....
roupie

eneo la kulipia
....
distributeur automatique

ofisi ya ubadilishanaji
....
bureau de change

dhahabu
....
or

fedha
....
argent

mafuta
....
pétrole

nishati
....
énergie

bei
....
prix

mkataba
....
contrat

kodi
....
taxe

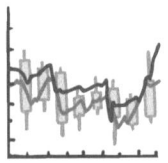

bidhaa
....
action

kazi
....
travailler

mfanyakazi
....
employé

mwajiri
....
employeur

kiwanda
....
usine

duka
....
magasin

afisa wa polisi
agent de police

mzimamoto
pompier

mpishi
cuisinier

daktari
médecin

rubani
pilote

mtunza bustani

jardinier

seremala

menuisier

mshonaji

couturière

hakimu

juge

mwanakemia

chimiste

muigizaji

acteur

dereva wa basi

conducteur de bus

dereva wa teksi

chauffeur de taxi

mvuvi

pêcheur

mwanamke wa kusafisha

femme de ménage

mwezekaji

couvreur

mhudumu

serveur

mwindaji

chasseur

mchoraji

peintre

mwokaji

boulanger

umeme

électricien

mjenzi

ouvrier

mhandisi

ingénieur

mchinjaji

boucher

fundi bomba

plombier

mwanaposta

facteur

mwanajeshi

soldat

msanifu majengo

architecte

keshia

caissier

muuza maua

fleuriste

msusi

coiffeur

kondakta

contrôleur

mekanika

mécanicien

nahodha

capitaine

daktari wa meno

dentiste

mwanasayansi

scientifique

rabbi

rabbin

imamu

imam

mtawa

moine

kasisi

prêtre

zana
outils

koleo
pinces
nyundo
marteau
bisibisi
tournevis
kurunzi
torche
spana
clé

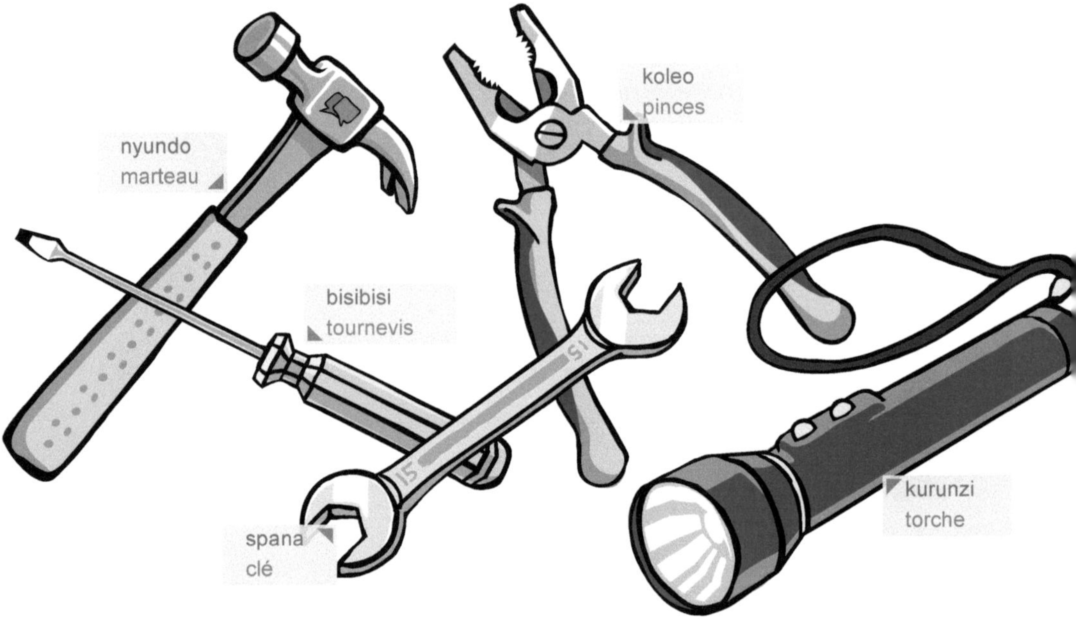

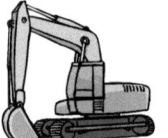

mchimbaji

pelleteuse

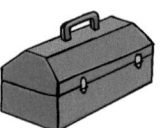

sanduku la vifaa

boîte à outils

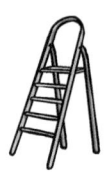

ngazi

échelle

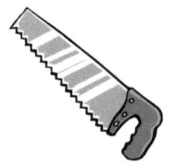

msumeno

scie

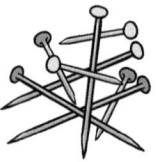

misumari

clous

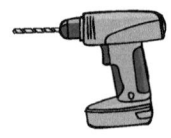

kuchimba visima

perceuse

kukarabati

réparer

sepetu

pelle

Lo!

Mince !

kishikio cha uchafu

pelle

chungu cha rangi

pot de peinture

skurubu

vis

ala za muziki

instruments de musique

spika
haut-parleurs

mpangilio wa ngoma
batterie

gita
guitare

besi mara mbili
contrebasse

tarumbeta
trompette

piano
piano

fidla
violon

ubeji
basse

timpani
timbales

ngoma
tambour

kibodi
piano électrique

saksafoni
saxophone

filimbi
flûte

maikrofoni
microphone

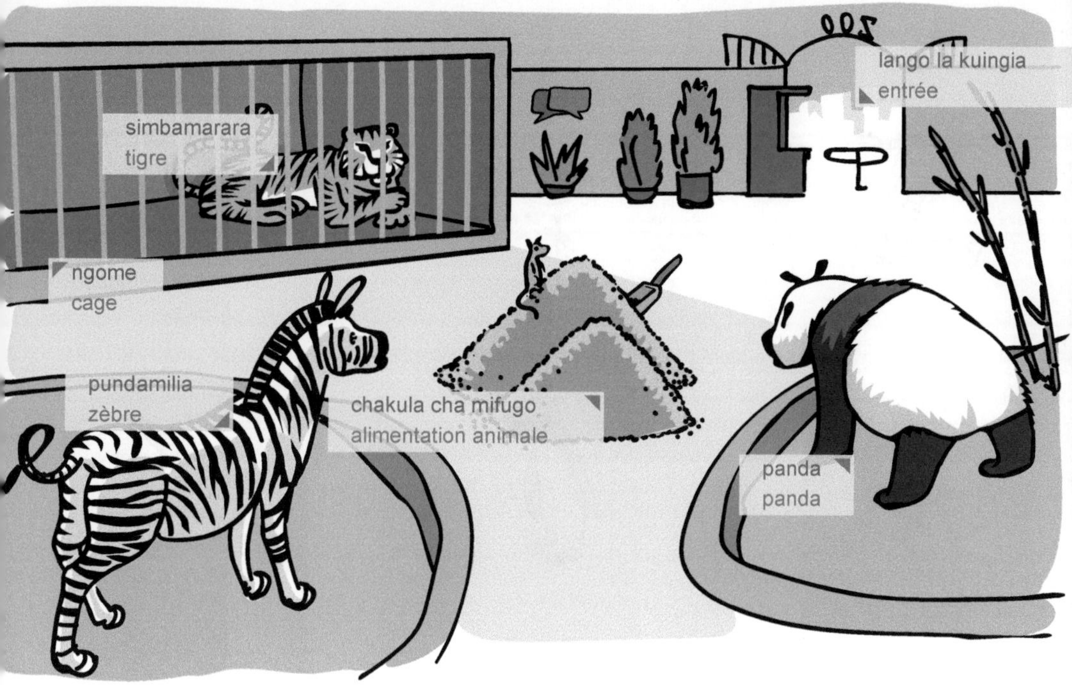

lango la kuingia
entrée

simbamarara
tigre

ngome
cage

pundamilia
zèbre

chakula cha mifugo
alimentation animale

panda
panda

wanyama

animaux

tembo

éléphant

kangaruu

kangourou

kifaru

rhinocéros

sokwe

gorille

dubu

ours

ngamia

chameau

mbuni

autruche

simba

lion

tumbili

singe

heroe

flamand rose

kasuku

perroquet

dubu

ours polaire

penguini

pingouin

papa

requin

tausi

paon

nyoka

serpent

mamba

crocodile

mtunza wanyama

gardien de zoo

muhuri

phoque

jaguar

jaguar

mwanafarasi

poney

chui

léopard

kiboko

hippopotame

twiga

girafe

tai

aigle

nguruwe mwitu

sanglier

samaki

poisson

kobe

tortue

sili

morse

mbweha

renard

paa

gazelle

soka ya marekani
american Football

uendeshaji baiskeli
cyclisme

tenisi
tennis

mpira wa kikapu
basket-ball

kuogelea
natation

ndondi
boxe

magongo ya barafuni
hockey sur glace

soka
football

vinyoya
badminton

riadha
athlétisme

mpira wa mikono
handball

skii
ski

polo
polo

cheka
rire

kuruka
sauter

kumbatia
embrasser

kutembea
marcher

kuimba
chanter

ota ndoto
rêver

kuomba
prier

busu
faire la bise

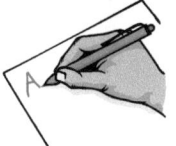

kuandika
....
écrire

kuteka
....
dessiner

angalia
....
montrer

sukuma
....
pousser

kutoa
....
donner

kuchukua
....
prendre

kuwa
....
avoir

fanya
....
faire

kuwa
....
être

kusimama
....
être debout

kukimbia
....
courir

vuta
....
trier

kutupa
....
jeter

kuanguka
....
tomber

hadaa
....
être couché

kusubiri
....
attendre

kubeba
....
porter

kukaa
....
être assis

vaa nguo
....
s'habiller

usingizi
....
dormir

kuamka
....
se réveiller

kuangalia

regarder

lia

pleurer

kiharusi

caresser

chana nywele

peigner

ongea

parler

kuelewa

comprendre

kuuliza

demander

kusikiliza

écouter

kunywa

boire

kula

manger

nadhifisha

ranger

upendo

aimer

mpishi

cuire

gari

conduire

kuruka

voler

meli

faire de la voile

kokotoa

calculer

kusoma

lire

kujifunza

apprendre

kazi

travailler

kuoa

se marier

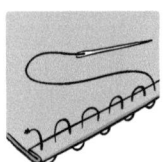

kushona

coudre

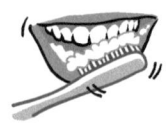

piga mswaki

brosser les dents

kuua

tuer

moshi

fumer

kutuma

envoyer

bibi
grand-mère

babu
grand-père

baba
père

mama
mère

mtoto
bébé

binti
fille

bin
fils

mgeni

hôte

shangazi

tante

mjomba

oncle

kaka

frère

dada

sœur

mwili

corps

paji la uso
front
jicho
œil
bega
épaule
kidole
doigt
uso
visage
kidevu
menton
mkono
main
mguu
jambe
matiti
poitrine
mkono
bras

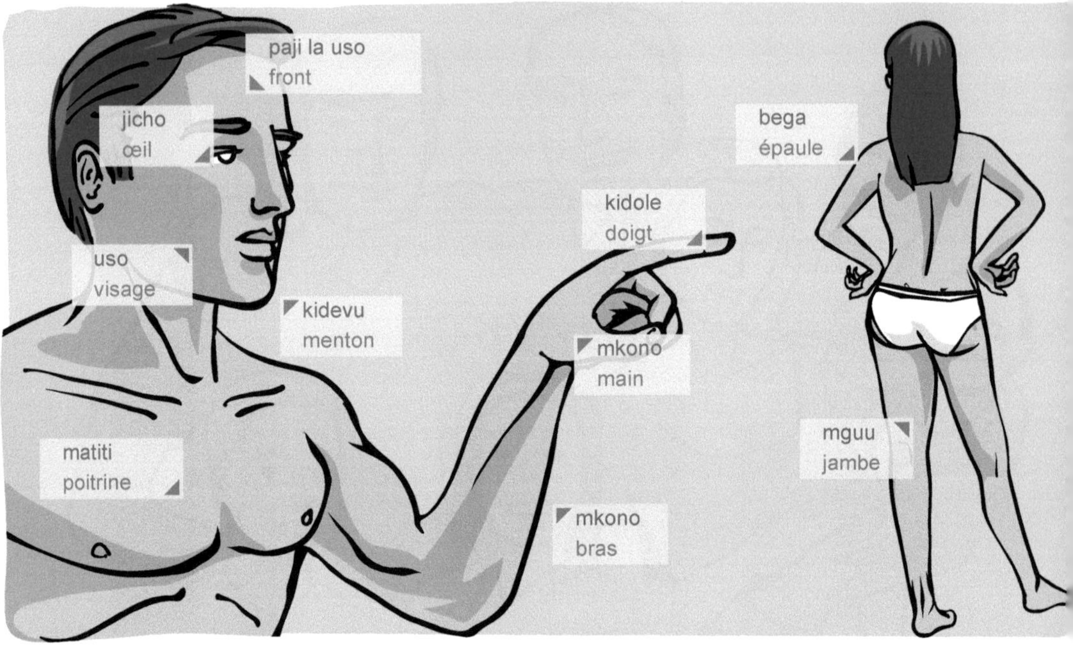

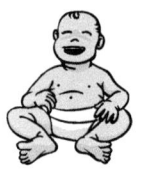

mtoto

bébé

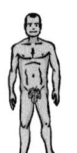

mwanamume

homme

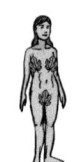

mwanamke

femme

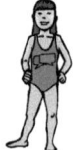

msichana

fille

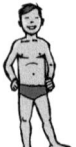

mvulana

garçon

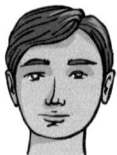

kichwa

tête

nyuma

dos

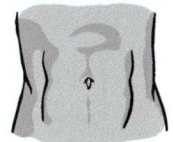

tumbo

ventre

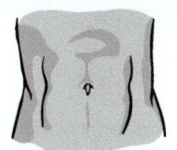

kitovu

nombril

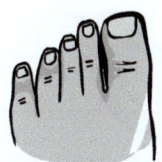

chano

orteil

kisigino

talon

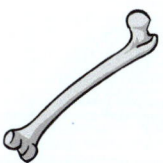

mfupa

os

nyonga

hanche

goti

genou

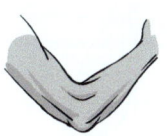

kiwiko

coude

pua

nez

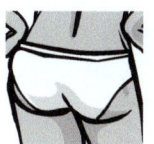

chini

fesses

ngozi

peau

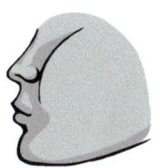

shavu

joue

sikio

oreille

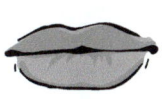

mdomo

lèvre

mwili - corps

kinywa

bouche

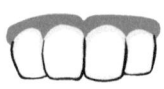

jino

dent

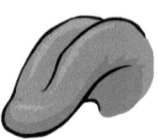

ulimi

langue

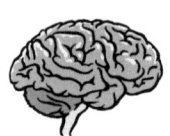

ubongo

cerveau

moyo

cœur

misuli

muscle

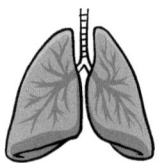

pafu

poumons

ini

foie

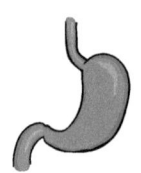

tumbo

estomac

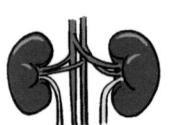

figo

reins

jinsia

rapport sexuel

kondomu

préservatif

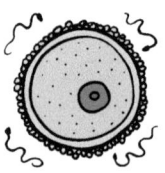

ovari

ovule

shahawa

sperme

mimba

grossesse

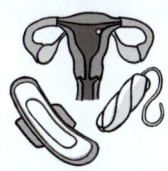

hedhi

menstruation

uke

vagin

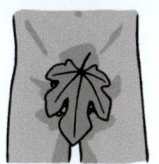

uume

pénis

unyusi

sourcil

nywele

cheveux

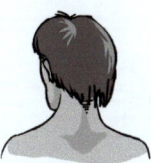

shingo

cou

hospitali
hôpital

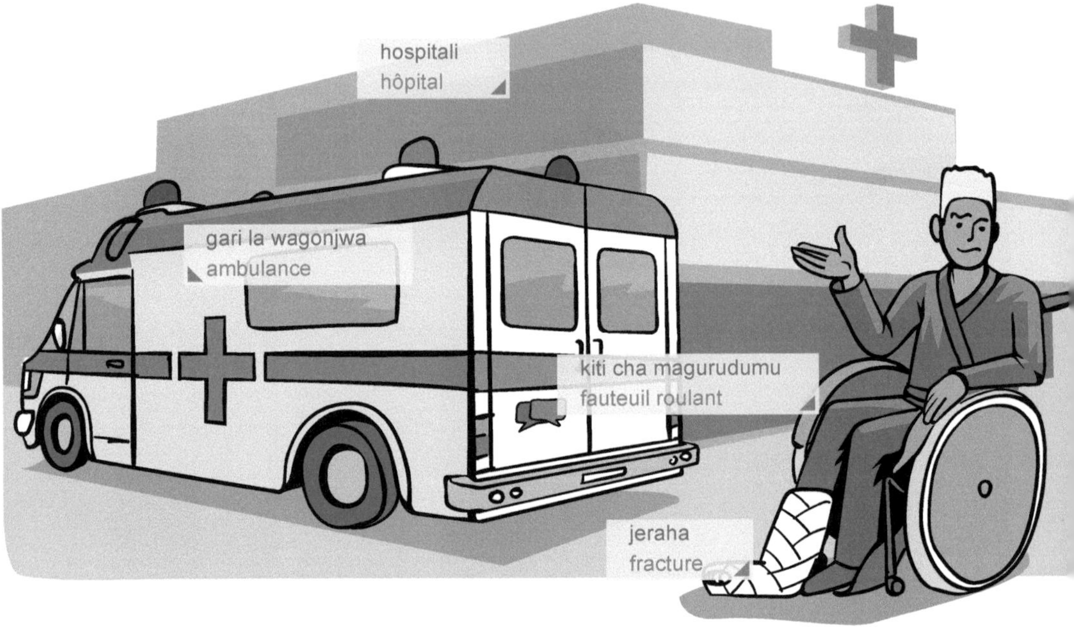

hospitali
hôpital
gari la wagonjwa
ambulance
kiti cha magurudumu
fauteuil roulant
jeraha
fracture

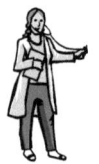

daktari

médecin

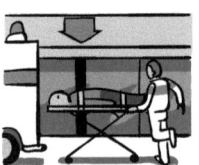

chumba cha dharura

service des urgences

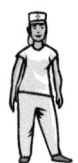

muuguzi

infirmière

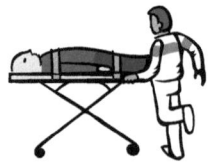

dharura

urgence

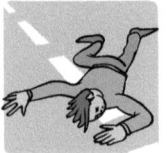

kupoteza fahamu

inconscient

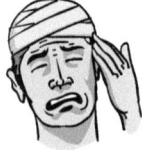

maumivu

douleur

kuumia

blessure

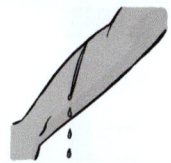

kutokwa na damu

hémorragie

mshtuko wa moyo

crise cardiaque

kiharusi

attaque cérébrale

mzio

allergie

kikohozi

toux

homa

fièvre

mafua

grippe

kuharisha

diarrhée

maumivu ya kichwa

mal de tête

kansa

cancer

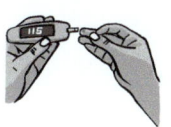

ugonjwa wa kisukari

diabète

daktari mpasuaji

chirurgien

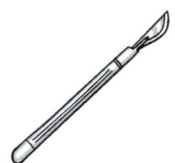

kisu kidogo cha kupasulia

scalpel

operesheni

opération

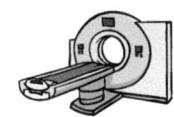

picha changanufu ya mwili

CT

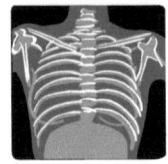

Eksrei

radiographie

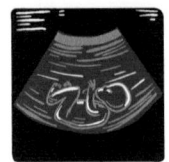

mawimbi sauti

échographie

barakoa ya uso

masque

ugonjwa

maladie

chumba cha kusubiri

salle d'attente

mkongojo

béquille

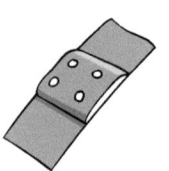

plasta

pansement

bendeji

pansement

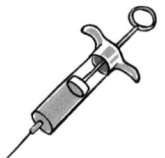

sindano

injection

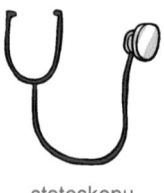

stetoskopu

stéthoscope

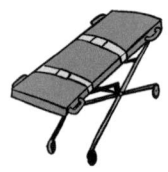

machela

brancard

kipimajoto cha kliniki

thermomètre

kuzaliwa

accouchement

unene kupita kiasi

surcharge pondérale

kusikia misaada

appareil auditif

kipukusi

désinfectant

maambukizi

infection

virusi

virus

VVU / UKIMWI

VIH / sida

dawa

médicament

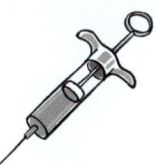

chanjo

vaccination

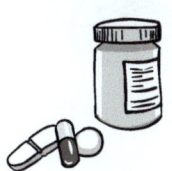

vidonge

comprimés

kidonge

pilule

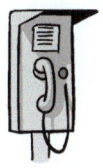

simu ya dharura

appel d'urgence

haemodainamometa

tensiomètre

mgonjwa / mwenye afya

malade / sain

Msaada!

Au secours !

pigo

assaut

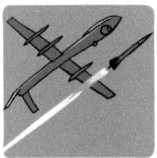

shambulizi

attaque

hatari

danger

lango la dharura

sortie de secours

Moto!

Au feu!

kizima moto

extincteur

ajali

accident

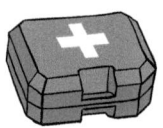

vifaa vya huduma ya kwanza

trousse de premier secours

wito wa msaada

SOS

polisi

police

kengele

alarme

Ulaya

Europe

Amerika ya Kaskazini

Amérique du Nord

Amerika ya Kusini

Amérique du Sud

Afrika

Afrique

Asia

Asie

Australia

Australie

Atlantiki

Océan atlantique

Pasifiki

Océan pacifique

Bahari ya Hindi

Océan indien

Bahari ya Antaktiki

Océan antarctique

Bahari ya Aktiki

Océan arctique

Ncha ya Kaskazini

pôle nord

Ncha ya Kusini

pôle sud

Antaktika

Antarctique

dunia

terre

nchi

pays

bahari

mer

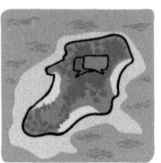

kisiwa

île

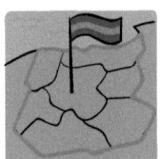

taifa

nation

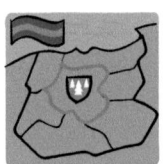

jimbo

état

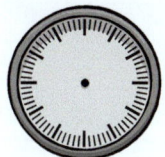

uso wa saa

cadran

akrabu ya saa

aiguille des heures

akrabu ya dakika

aiguille des minutes

akrabu ya sekunde

aiguille des secondes

Ni saa ngapi?

Quelle heure est-il ?

siku

jour

wakati

temps

sasa

maintenant

saa ya dijitali

montre digitale

dakika

minute

saa

heure

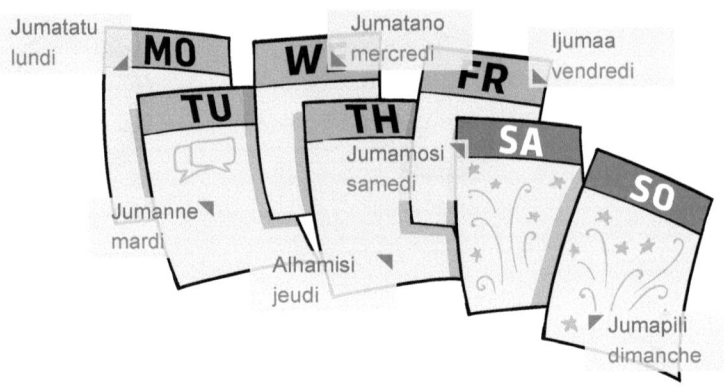

Jumatatu / lundi — MO
Jumatano / mercredi — W
Ijumaa / vendredi — FR
TU
TH
SA
Jumamosi / samedi
Jumanne / mardi
Alhamisi / jeudi
SO
Jumapili / dimanche

jana

hier

leo

aujourd'hui

kesho

demain

asubuhi

matin

saa sita mchana

midi

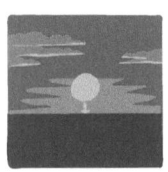

jioni

soir

MO	TU	WE	TH	FR	SA	SU
1	2	3	4	5	6	7
8	9	10	11	12	13	14
15	16	17	18	19	20	21
22	23	24	25	26	27	28
29	30	31	1	2	3	4

siku za biashara

jours ouvrables

MO	TU	WE	TH	FR	SA	SU
1	2	3	4	5	6	7
8	9	10	11	12	13	14
15	16	17	18	19	20	21
22	23	24	25	26	27	28
29	30	31	1	2	3	4

mwishoni mwa wiki

week-end

mwaka

année

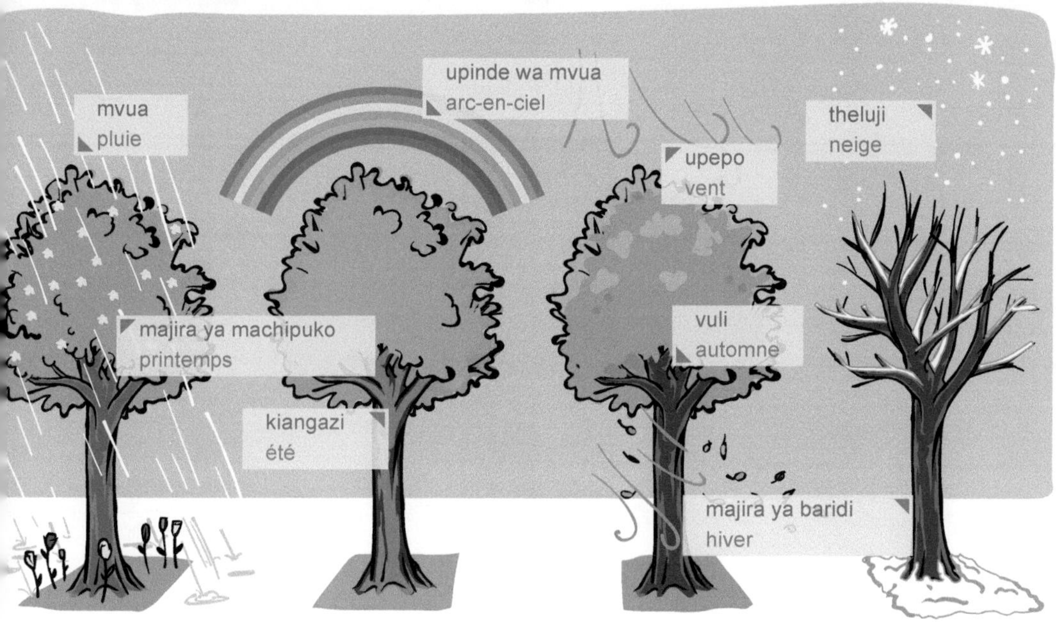

mvua
pluie
upinde wa mvua
arc-en-ciel
upepo
vent
theluji
neige
majira ya machipuko
printemps
kiangazi
été
vuli
automne
majira ya baridi
hiver

4.APRIL 11°
5.APRIL 4°
6.APRIL 13°
7.APRIL 8°
8.APRIL 10°

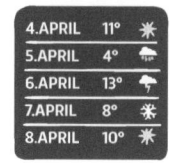

utabiri wa hali ya hewa

météo

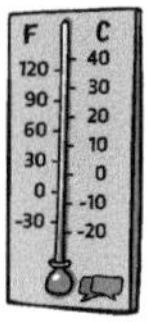

kipimajoto

thermomètre

mwanga wa jua

lumière du soleil

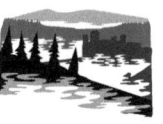

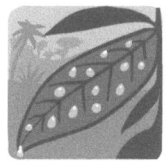

wingu

nuage

ukungu

brouillard

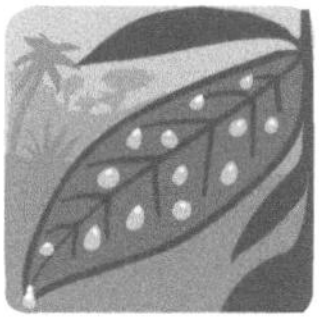

unyevu

humidité

umeme

foudre

radi

tonnerre

dhoruba

tempête

mvua ya mawe

grêle

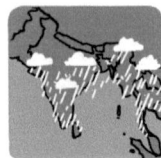

monsuni

mousson

mafuriko

inondation

barafu

glace

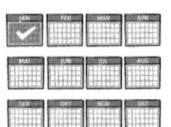

Januari

janvier

Februari

février

Machi

mars

Aprili

avril

Mei

mai

Juni

juin

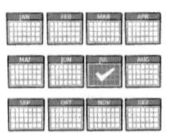

Julai

juillet

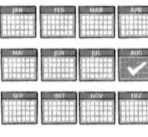

Agosti

août

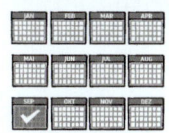

Septemba

septembre

Oktoba

octobre

Novemba

novembre

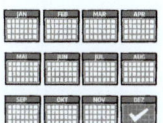

Desemba

décembre

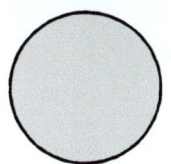

mduara

cercle

mraba

carré

mstatili

rectangle

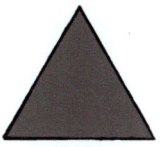

pembetatu

triangle

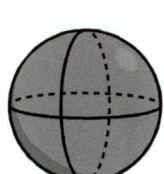

nyanja

sphère

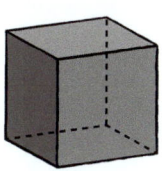

mchemraba

cube

nyeupe

blanc

manjano

jaune

chungwa

orange

rangi ya waridi

rose

nyekundu

rouge

hudhurungi

violet

bluu

bleu

kijani

vert

hanja

marron

jivujivu

gris

nyeusi

noir

mengi / kidogo

beaucoup / peu

hasira / pole

fâché / calme

nzuri / mbaya

joli / laid

mwanzo / mwisho

début / fin

kubwa / ndogo

grand / petit

angavu / giza

clair / obscure

kaka / dada

frère / soeur

safi / chafu

propre / sale

kamilika / tokamilika

complet / incomplet

siku / usiku

jour / nuit

wafu / hai

mort / vivant

pana / nyembamba

large / étroit

kulika / kutolika

comestible / incomestible

ovu / ema

méchant / gentil

sisimkwa / udhika

excité / ennuyé

nene / nyembamba

gros / mince

kwanza / mwisho

premier / dernier

rafiki / adui

ami / ennemi

jaa / tupu

plein / vide

ngumu / laini

dur / souple

nzito / nyepesi

lourd / léger

njaa / kiu

faim / soif

mgonjwa / mwenye afya

malade / sain

haramu / kisheria

illégal / légal

akili / kijinga

intelligent / stupide

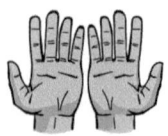

kushoto / kulia

gauche / droite

karibu / mbali

proche / loin

mpya / kutumika

nouveau / usé

kitu / jambo

rien / quelque chose

zee / changa

vieux / jeune

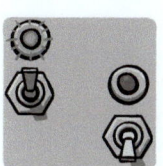

waka / zima

marche / arrêt

wazi / fungwa

ouvert / fermé

utulivu / kelele

faible / fort

tajiri / masikini

riche / pauvre

sahihi / kosa

correct / incorrect

mbaya / laini

rugueux / lisse

huzunika / furahia

triste / heureux

fupi /ndefu

court / long

polepole / haraka

lent / rapide

nyevu / kavu

mouillé / sec

joto / baridi

chaud / froid

vita / amani

guerre / paix

0

sufuri

zéro

1

moja

un / une

2

mbili

deux

3

tatu

trois

4

nne

quatre

5

tano

cinq

6

sita

six

7

saba

sept

8

nane

huit

9

tisa

neuf

10

kumi

dix

11

kumi na moja

onze

12

kumi na mbili

douze

13

kumi na tatu

treize

14

kumi na nne

quatorze

15

kumi na tano

quinze

16

kumi na sita

seize

17

kumi na saba

dix-sept

18

kumi na nane

dix-huit

19

kumi na tisa

dix-neuf

20

ishirini

vingt

100

mia

cent

1.000

elfu

mille

1.000.000

milioni

million

Kiingereza

anglais

Kiingereza cha Marekani

anglais américain

Kimandarini cha Uchina

chinois mandarin

Kihindi

hindi

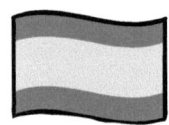

Kihispania

espagnol

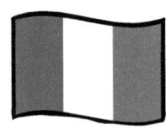

Kifaransa

français

Kiarabu

arabe

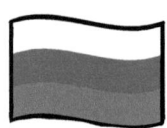

Kirusi

russe

Kireno

portugais

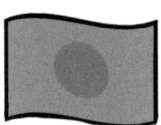

Kibengali

bengali

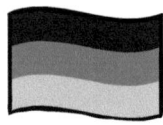

Kijerumani

allemand

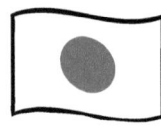

Kijapani

japonais

mimi

je

wewe

tu

yeye / yeye / ni

il / elle / ce, c', cela

sisi

nous

wewe

vous

wao

ils / elles

nani?

Qui ?

nini?

Quoi ?

jinsi gani?

Comment ?

wapi?

Où ?

lini?

Quand ?

jina

nom

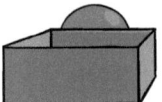

nyuma

derrière

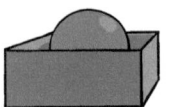

katika

dans

mbele ya

devant

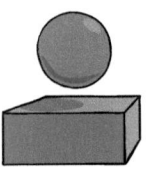

juu ya

au-dessus

kwenye

sur

chini ya

en-dessous

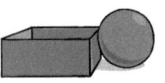

kando

à côté de

kati

entre

mahali

lieu